સાચી રીત

મિહિર જાગૃતિ વોરા

Copyright © Mihir Jagruti Vora
All Rights Reserved.

This book has been self-published with all reasonable efforts taken to make the material error-free by the author. No part of this book shall be used, reproduced in any manner whatsoever without written permission from the author, except in the case of brief quotations embodied in critical articles and reviews.

The Author of this book is solely responsible and liable for its content including but not limited to the views, representations, descriptions, statements, information, opinions and references ["Content"]. The Content of this book shall not constitute or be construed or deemed to reflect the opinion or expression of the Publisher or Editor. Neither the Publisher nor Editor endorse or approve the Content of this book or guarantee the reliability, accuracy or completeness of the Content published herein and do not make any representations or warranties of any kind, express or implied, including but not limited to the implied warranties of merchantability, fitness for a particular purpose. The Publisher and Editor shall not be liable whatsoever for any errors, omissions, whether such errors or omissions result from negligence, accident, or any other cause or claims for loss or damages of any kind, including without limitation, indirect or consequential loss or damage arising out of use, inability to use, or about the reliability, accuracy or sufficiency of the information contained in this book.

Made with ♥ on the Notion Press Platform
www.notionpress.com

આ પુસ્તક હું મારા માતા પિતા , મોટા ભાઈ ભાભી અને નાની પ્રિય ભત્રીજી ને અર્પણ કરું છું .

સામગ્રી

પ્રસ્તાવના

આ પુસ્તક માં મારા આજકાલ દૈનિક માં આવેલા મારી કોલમ એક નઝર ના લેખ છે .૨૦૦૫ થી ૨૦૧૪ સુધી મારા લેખ આ કોલમ માં આવ્યા હતા.

સ્વીકૃતિઓ

આ પુસ્તક માં મારા આજકાલ દૈનિક માં આવેલા મારી કોલમ એક નઝર ના લેખ છે આ માટે હું આજકાલ દૈનિક ના મેનેજમેન્ટ , તંત્રી , ટ્રસ્ટી અને તમામ પત્રકાર અને સ્ટાફ નો આભાર માનું છું . ૨૦૦૫ થી ૨૦૧૪ સુધી મારા લેખ આ કોલમ માં આવ્યા હતા.

આ પુસ્તક માટે મેં વિવિધ લેખ આધારિત માહિતી વિકિપીડિયા ,લેખ ને લાગતા આવેલા વિવિધ અખબારી અહેવાલ અને જે તે લેખક ના લેખ ના સંદર્ભો નો સહારો લીધો છે તે સૌ નો હું આભાર માનું છું .

અનુક્રમણિકા

1
યુવા પેઢી સમાન શરીર અને સમાન વજન ની ઘેલછા

દુનિયાના મોટા ભાગના દેશો આજે યુવાનોની સંખ્યા ઓછી હોવાની સમસ્યાથી પીડાય છે જ્યારે આપણે સદનસીબે સૌથી વધુ કાર્યશીલ વસ્તીવાળો દેશ છીએ. જો આંકડાઓને વાત કરીએ તો ભારતમાં 50% થી પણ વધારે વસ્તી યુવા વસ્તી છે.

આજકાલ દરેક વ્યક્તિનું જીવન ખૂબ જ ભાગદોડથી ભરેલું હોય છે. તેમાં દરેકને પોતાની સફળતા અને સિદ્ધિને પહેંચી વળવા સતત દોડતા રહેવું પડે છે. આ માટે તમારું ફિગર અને વજન પરફેક્ટ હોય તે આવશ્યક છે. ફીગર અને વજન એ દરેક વ્યક્તિના શરીરના બાંધા પ્રમાણે અલગ હોય છે .

મોટા શહેરોમાં ચરબીયુક્ત પદાથી વધુ ખાતા જાડીયા સ્ત્રી-પુરુષોની અનેક સમસ્યાઓ વધી ગઈ છે તેમ ફેશનેબલ દેખાવા શરીરને પાતળું રાખવાની લાયમા કૃષાકાયા નો ભોગ બનતી યુવતીઓની સંખ્યા પણવધી છે. જો કે હવે દેશ વિદેશોમાં હવે વધુ પડતા ડાયટીંગનો વિરોધ થઈ રહ્યો છે.

ડિઝાઈનર વસ્ત્રોની જાહેરખબરોમાં સાવ પાતળી કાયાવા ળા મોડેલોને જોઈને સગીર વયની પુત્રી પુત્રો ના મા-બાપ ચિંતિત થઈ રહ્યા છે. એવી મોડેલોને ફેશન મેગેઝિનોના કવર અને અંદરના પાનાંઓમાં જોઈને છેલ્લા કેટલાક સમયથી છોકરા છોકરીઓમાં શરીરે પાતળા રહેવાની ઘેલછા જાગી છે.

તેઓ એ માટે પોષાક આહાર પણ ખાતા નથી. વિટામીન અને ખનીજની ઉણપને કારણે એમના શરીરમાં માત્ર હાડકાં જ દેખાતાં હોય છે. જે એક પ્રકાર નિ માનસિક બિમારી છે. હવે ફેશન મેગેઝિનો પરફેક્ટ બોડીવા ળા મોડેલો જ પસંદ કરે છે. ન પાતળી, ન જાડી, સિક્સ પેક કે એઇટ પેક નુ પ્રમાણ પુરુષ મા વધ્યુ છે,

જેના માટે તેઓ ગમે તેવા હોર્મોન્સ લેતા અચકાતા નથિ. જે એક ચિંતા નુ પ્રમાણ છે. જો કે કોઈપણ દેશના તમામ સ્ત્રી પુરુષો મોડેલ કાયમ સમાન કહેવાય એવી બોડી સાથે મળે જ એ પણ શક્ય નથી.

ભારતમાં પણ મોડેલ બનવા માટે યુ યુવક વતીઓમાં ભારે ક્રેઝ ઊભો થયો છે. એ માટે તેઓ કોલેજમાં ભણ તા હોય ત્યારથી મોડેલ બનવાનું સપનુ જોતા થઈ જાય છે એ માટે તેમણે એમના શરીરને પ્રોફેશનલ ફિટ રાખતાં શીખવું પડે છે. આહાર નિષ્ણાતો કહે છે કે ફિટ રહેવા માટે ક્યારેય શોર્ટ કટ અપનાવવા નહીં.

યોગ્ય ડાયેટની સાથોસાથ શરીરને સુદ્રઢ રાખવા કસરતો પણ કરવી જરૂરી છે. તમને માફક આવે એવો ખોરાક લેવો જોઈએ. એ બાબતમાં થોડું આનંદીપણુ પણ રાખવું જોઈએ. ભાવતા ખોરાક અને માફક આવે એવા ખોરાક વચ્ચે સુમેળ રાખવો જોઈએ. ખોરાકમાં વિવિધતા જરૂરી છે. પૂરતા વિટામીન અને ખનીજ તત્ત્વોવાળો આહાર અપનાવવાથી શરીરમાં સ્ફૂર્તિ અને તાજગી રહે છે.

ખાનગી બેફામ રીતરસમોને કારણે શરીરનો ઘાટ પણ બને છે એટલું જ નહીં પણ બીમારીઓ પણ ઘર કરી જાય છે. એવી ઘણી યુવતીઓ જોવા મળે છે, જેમની ઉંમર ૧૯ વર્ષ હોય, પણ એમનું વજન માત્ર ૪૧ કિલો હોય.

એમના ગાલ બેસી ગયા હોય અને શરીર સાવ ફીક્કુ દેખાય આને કારણે પણ આહાર નિષ્ણાતોના કન્સ્લિટંગ રૂમસમાં ભીડ રહેતી જ હોય છે. વજન ઘટાડવા માટે જેમ ખોરાકની ટેવ-કુટેવ બદલવી પડે છે એમ

શરીરને હૃષ્ટપુષ્ટ બનાવવા માટે આહારના કડક નિયમોનું પાલન કરવું પડે છે.

ભારતમાં પણ ખોટા અર્થમાં ફિટનેસ ક્રેઝી બનેલી યુવતીઓ શરીરમાં વજન વધવા દેવા માગતી નથી. એ માટે તેમણે એમના ખાવામાં કાપ મૂકી દીધો છે. વજન ઘટાડવાની તેમણે જાણે આ ફેશન પાડી દીધી છે. જો કે તેઓ એ વાતે અજાણ છે કે ભૂખ મારીને તેઓ એમના શરીરનું સત્યાનાશ જ વાળી રહી છે.

ડોક્ટરો આવી ઘેલછા સામે ચેતવણી આપે છે અને કહે છે કે એને કારણે 'એનોરિક્ષાડ નસોવાડ કે 'બુલીમીયાડ નામની શારીરિક તકલીફ પેદા થઈ શકે છે.

જેમાં અવારનવાર ઉલટીઓ થાય છે. અને શરીર ખોરાકને બરાબર પચાવી શકતું નથી. મુંબઈના મનોચિકિત્સક અને ફેમિલી થેરપેસ્ટ જણાવ્યું કે ભારતમાં મા-બાપ પણ એ બાબતે ચિંતિત છે કે આજકાલ દેશના લગભગ દરેક શહેરમાં યોજાતી બ્યુટી કોન્ટેસ્ટ અને બોડી બ્યુટીફૂલના ટ્રેન્ડને કારણે એમની પુત્રીઓ શરીરને પાતળું રાખવા ભૂખ મારવાની ભૂલ કરી રહી છે. ટીવી પરની જાહેર ખબર કે ફેશન શોમાં દેખાડાતી સાવ પાતળા શરીરવાળી મોડેલો અવાસ્તવિક ટ્રેન્ડ દર્શાવે છે.

આ છોકરીઓને કોણ સમજાવે કે ભૂખ મારવાની નહીં, પણ હેલ્થી ડાયેટ બધી સમસ્યાઓનો ઉકેલ છે. તેઓ કહે છે કે તમારી પુત્રી જો આવી કોઈ ઘેલછા ઉપર ઉતરી હોવાનું જણાય તો તરત જ એને ઝડપથી રોકજો, નહીં તો એને અનેક શારીરિક સમસ્યાઓ અને ચામડીના રોગ લાગુ પડી જશે.

યાદ રાખો, ફેશન જગતમાં હવે પાતળી કાયા 'આઉટડ થઈ છે અને તંદુરસ્ત સુડોળ કાયાની બોલબાલા વધી છે. છેલે એક વાત યુવાન કોને કહેવાય ? બે જ વાત કહેવું હોય તો

જો પહાડો સે ટકરાતે હૈ ઉસે તુફાન કહતે હૈ,

જો તુફાનો સે ટકરાતે હૈ ઉસે યુવાન કહતે હૈ.

2

હંમેશા ગમે તેવી કઠિન પરિસસ્થિતિ હોય પરંતુ આપણા જીવનમાંથી હાસ્યનું સ્થાન ગાયબ થઈ જવું જોઈએ નહિ

મિત્રો જ્યારે હાસ્ય વિષે લખવાનુ થાય છે ત્યારે મને અહેસાસ થાય છે કે માનવ જીવનમાં હાસ્યનું મહત્વ ખુબ છે તેનો ઉપયોગ કરતા આવડતુ હોયુ જોઇએ. હાસ્ય કોઈ બજારમાં વેચાતું મળતું નથી.

જીવનમાં હાસ્યનું સ્થાન એક આગવી શૈલીરુપ છે. અને તે શૈલી આપણામાં જ પડેલી છે. પરંતુ આપણે તેનો ઉપયોગ કરતાં નથી. હંમેશા ગમે તેવી કઠિન પરિસસ્થિતિ હોય પરંતુ આપણા જીવનમાંથી હાસ્યનું સ્થાન ગાયબ થઈ જવું જોઈએ નહિ'હસે તેનું ઘર વસે' હસવાથી આપણું દુઃખ વિસરાઈ જાય છે. હસો અને હસાવો તો સુખી

થવાશે.

હાસ્ય એ તો કુદરતી ભગવાનની આપેલી બક્ષિસ છે. તેનો અમલ કરવો જોઈએ. તમે આખા દિવસમાં કેટલી વખત હસો છો ? તમારા હાસ્યમાં વધારો થયો છે કે ઘટાડો થયો છે ? હાસ્ય તો સૌનું છે. સોનાને કદાપિ કાટ લાગતો નથી. તેને જેટલું તપાવો તેટલી ચમક વધારે આપે છે. તેમ તમે પણ હસતાં રહેશો તો ફાયદો તમને જ થશે.

હાસ્ય અનેક પ્રકારના હોય છે.. નિર્દોષ, ખિલખિલાટ હાસ્ય : જેમ કે નાનું બાળક જ્યારે હસે છે ત્યારે તેમનું હાસ્ય નિર્દોષ જ હોય છે. તેમનાં હાસ્યમાં કોઈપણ પ્રકારની મિલાવટ હોતી નથી.મંદ મંદ : મનમાં હસવું તે. જેમ કે કોઈની ટીકા થતી હોય કે સારું સાંભળ્યું હોય ત્યારે મંદમંદ હાસ્યની ક્રિયા થાય છે.લુચ્યું અને કપટી હાસ્ય : જેમ કે કોઈને દગો કર્યો હોય કે ખોટું કામ કર્યું હોય ત્યારે તે ક્રિયાને છુપાવવા માટેનું જે હાસ્ય હોય છે તેને કપટી હાસ્ય કહેવામાં આવે છે.

હાસ્યનું ઉત્પત્તિસ્થાન હંમેશા દર્દ છે. . જ્યાં દર્દ છે ત્યાં જ હાસ્ય છે અને જ્યાં હાસ્ય છે ત્યાં દર્દ છે. હાસ્ય મનને શાંત તેમજ પ્રફુલ્લિત રાખે છે.

સો દર્દની દવા હાસ્ય છે. હાસ્યથી ગમને-દર્દને ભૂલાવી શકાય છે. હાસ્ય એ વિટામીન પોઝીટીવ ની ગરજ સારે છે. હસતી વ્યક્તિ નિખાલસ અને નિષ્કપટી હોય છે.

આ જમાનામાં માણસ હસવાનું ભૂલી ગયો છે અને રડવાનું રોદણાં રડવાશરૂ કરે છે. . મને પાડોશીઓ સાથે નથી ફાવતું, ઓફિસમાં બોસ સાથે નથી ફાવતું,

ઘરમાં સગાંવહાલાં-બૈરી-છોકરા સાથે નથી ફાવતું. ઘરમાં મારી સાથે કોઈ સારું વર્તન નથી કરતું. મારી કોઈને કદર જ નથી.

મારે કોઈનો સપોર્ટ જ નથી. એવી ફરિયાદો કરવામાં માણસ હસવાનું ભૂલી ગયો છે.હાસ્ય તો ભલભલા નો ગુસ્સો શાંત કરીને હસતાંજીવન જીવતા શીખવાડી દે છે.

મુક્ત હાસ્ય એક એવી જડીબુટ્ટી છે જે આપણા શરીરને જ નહિ પણ મનને અને બુદ્ધિને પણ તાજગી અને તંદુરસ્તી આપે છે. હાસ્ય તો રમૂજી ટૂચકામાંથી, રમૂજી કવિતામાંથી કે ગીત-સંગીત, કાર્ટૂનમાંથી, હાસ્યરસિક લેખ-વાર્તા કે નાટક કે ફિલ્મમાંથી પણ મળી રહે છે.

હાસ્યવૃત્તિ ધરાવતા માણસો જગત સાથે સરસ રીતે આસાનીથી સાનુકૂળતા સાધી શકે છે.અને તેનાથી કેટલેક અંશે બુદ્ધિમત્તા પણ ખીલે છે. વ્યવસ્થા એ તો ઘરની શોભા છે. તેવી જ રીતે હાસ્ય એ સુખી જીવનની ચાવી છે.

તે તો સાચું ઘરેણું છે. હાસ્યનો મહિમા તો અપરંપાર છે. સુખની ગુરુચાવી સર્વાંગી સ્વસ્થ જે ફક્ત ને ફક્ત હાસ્યમાંથી જ મળે છે. જીવનમાં વિકાસ અને પ્રગતિ માટે એ એક પ્રેરણામૂર્તિ છે. અમૂલ્ય ખજાનો છે.હાસ્ય વિનાનું ઘર સ્મશાન જેવું લાગે છે.

પાયા વિનાના ઇમારતનું ચણતર નકામું છે. તેમ હાસ્ય વિનાનું જીવન પણ ઉજ્જડ વેરાન અને નર્ક સમાજ છે. હાસ્ય વિનાનું ઘર પ્રતિમા વિનાના મંદિર સમાન છે. તેમાં કોઈ જ રોનક નહિ.

જે વ્યક્તિના જીવનમાં હાસ્ય નથી તેનું જીવન દરેક ક્ષેત્રે ચેતન વગરનું નિર્જીવ શરીર છે. શરીર છે પણ તેમાં હાસ્યરૂપી ચેતના નથી.

હાસ્ય તો આપણા જીવનનો જીવંત અરીસો છે. મન જ્યારે નબળું પડે ત્યારે હાસ્ય એને બળ આપે છે. માનવીના અસહ્ય દુઃખોને હળવા બનાવવાની તાકાત હાસ્યમાં છે.

જીવનમાં હાસ્યનું સ્થાન અનન્ય છે. હાસ્ય રેખાઓ અવનવા હાવભાવ ધારણ કરીને આપણી લાગણીને વાચા આપે છે. જીવન જીવવાની ઉત્તમ કળા તો હસતાં હસતાં જીવી લેવાની છે.

તેને બરબાદ કરી તેનું અપમાન ના કરો. પારસમણીના સ્પર્શથી લોખંડ પણ સોનું થઈ જાય છે. તેમ જીવનમાં પણ હાસ્ય એક અનોખી અને સોના જેવી અમૂલ્ય ભેટ લાવે છે.

જે માનવીના જીવનમાં હાસ્ય નથી તે જીવન જીવવા છતાં પણ મરેલા જેવો છે. . હસવા માટે કોઈ કારણની જરૂર નથી પડતી. તમે હસતાં રહેશો તો દુશ્મન પણ તમારી સમીપ આવતા રહેશે. ત્યારે તમને હાસ્યનું મૂલ્ય સમજાશે.જિંદગીને હાસ્ય રસિક બનાવો,

હાસ્યાસ્પદ નહિ. નાના બાળકને કહેવું પડતું નથી કે તું હસ પરંતુ વડીલોને કહેવું પડે છે કે તમે હસવાનું રાખો. હસવાના પૈસા લાગતા નથી. જે હંમેશા સ્મિત આપી શકે છે તે કદાપિ ગરીબ હોતો નથી. જીવન આઇસ્ક્રીમ જેવું છે, પીગળી જાય તે પહેલા પૂરેપૂરો આનંદ માણી લો.

બીજાના દુ:ખને અડધું કરી નાખવાની તાકાત આપણા સ્મિતમાં સમાયેલી છે. માણસ સુખી થવા મોબાઈલ, ગાડી, મકાન બદલે છતાં દુ:ખી માણસ તેનો સ્વભાવ બદલતો નથી. જીવન એક તો વહેતા પ્રવાહ જેવું છે.

દરેક દિવસ એક ખાસ હોય છે. પ્રત્યેક ક્ષણ રચનાત્મકતાની ક્ષણ છે. તેને વ્યર્થ ના જવા દો.

આપણે મુસ્કુરાહટના વસ્ત્રો જરૂર પહેરવા જોઈએ. હાસ્ય એટલે જિંદગીને હસતાં હસતાં સહજતાથી જીવી લેવાની ચાવી. અરે એક વખત મોત આવે તોય હસતાં હસતાં મરવાની તૈયારી રાખવી.

હાસ્ય આપણને એ ખુમારીથી જીવવાનું શીખવાડે છે. જો તમે હસવાનું ભૂલી ગયા હોય તો ફરીથી ખિલખિલાટ હસવાનું શરૂ કરી દેજો. તેનાથી ફાયદો તમને જ છે.

તમારું જીવન વધારે લંબાઈ જશે અને તમે સુખ-ચેનથી રહી શકશો. બીજા પણ તમારું અનુકરણ કરીને તે પણ શાંતિથી જીવન જીવતા અને ખિલખિલાટ હસવાનું શીખી જશે.

સંદર્ભઃમાનવ જીવનમાં હાસ્યનું મહત્વ – કુમુદબેન ઠાકોરલાલ જાની (પુસ્તકાલય સામયિકના ફેબ્રુઆરી, ૨૦૧૬નો અંક)

3

ધો. ૧૦ -૧૨ બાદ મનગમતા કોર્સમાં પ્રવેશ ન મળે તો ચિંતા કરવાની જરૂર નથી પરંતુ યોગ્ય માર્ગદર્શન લેવું

જુન મહિના ધો. ૧૦ અને ધો. ૧૨ ના પરિણામો આવી ગયા બાદ ક્યા પ્રવેશ લેવો તે વિદ્યાર્થીઓ અને વાલી ઓ માટે એક સતત ચિંતા નો વિષય બની રહે છે ત્યારે એક શિક્ષક તરીકે ઉકેલ કરવાનો નાનો પ્રયત્ન કર્યો છે,

ધો. ૧૦ કરતા પણ ધો. ૧૨નું વર્ષ કારકિર્દી ઘડતર માટે મહત્ત્વપૂર્ણ સાબીત થાય છે. દર વર્ષે ધો. ૧૦ અને ધો. ૧૨ના વિદ્યાર્થીઓની સંખ્યા વધતી જાય છે. સાથોસાથ બોર્ડની પરીક્ષામાં પાસ થઇ રહેલા વિદ્યાર્થીઓની સંખ્યા પણ વધી રહી છે. પરીક્ષા પધ્ધતિમાં થઇ રહેલા

ફેરફારો, શિક્ષણ પ્રત્યેની ખુદ વિદ્યાર્થી-વાલીઓની જાગૃતિને કારણે પરિણામ વધ્યું છે.

પરંતુ મનગમતા ઉચ્ચ અભ્યાસક્રમમાં એડમિશન મળી શકે તેવા ટકા મેળવનારા વિદ્યાર્થીઓની સંખ્યા ખૂબ જ ઓછી છે ત્યારે જે સ વાલો થાય છે તેનો એક ઉકેલ કરવાનો નાનો પ્રયત્ન કર્યો છે ધોરણ ૧૦ પાસ કર્યાબાદ (૧) ધોરણ ૧૧ અને ધોરણ ૧૨ માં અભ્યાસ (૨) ડિપ્લોમા એન્જિનિયરિંગ તેમજ ડિપ્લોમા કોર્સમાં અભ્યાસ (૩) આઇ.ટી.આઇ ના જુદા જુદા કોર્સમાં અભ્યાસ (૪) ટેકનિકલ શિક્ષણના વિવિધ સર્ટિફિકેટ કોર્સમાં અભ્યાસ (૫) ફાઇન આર્ટ ડિપ્લોમા કોર્સમાં અભ્યાસ (૬) કૃષિક્ષેત્રે યુનિવર્સિટીના કોર્સમાં અભ્યાસ (૭) કેટલાક પ્રોફેશનલ કોર્સમાં અભ્યાસ અથવા (૮) આગળ અભ્યાસ છોડી દઇને ધંધામાં અથવા નોકરીમાંજોડાઇજવું.

ધો. ૧૨ સાયન્સમાં ૯૦ ટકા કે તેથી વધુ ગુણ મેળવનારને સરળતાથી મેડીકલ, એન્જીનીયરિંગ કે આઈટી ક્ષેત્રમાં પ્રવેશ મળી જાય છે અને આવા વિદ્યાર્થીઓ ભણતર પૂરુ કર્યા બાદ પોતાની ઉજ્જવળ કારકિર્દી પણ ઝડપથી ઘડી શકે છે. પરંતુ જેઓને ઓછા ટકા આવ્યા હોય તેમની હાલત કફોડી થાય છે. અત્યારનાં કોમ્પીટીશનનાં સમયમાં મનગમતા ક્ષેત્રમાં પ્રવેશ મેળવવા માટે એક-એક ટકાનું મહત્વ વધી જાય છે. જોકે ધો. ૧૨નાં વિદ્યાર્થી પૈકીના બધાને તો ચોક્કસ અભ્યાસક્રમમાં પ્રવેશ મળે એ બાબત શક્ય જ નથી. આવું વિચારીને ઓછા ગુણ મેળવનારા વિદ્યાર્થીઓએ

ધો. ૧૨ પાસ કર્યા પછીના અનેક વિકલ્પો છે, જે શાંતિપૂર્ણ વિચારીને પછી આગળ વધવુંજોઇએ. ધો. ૧૨ સાયન્સ પછી એ ગ્રુપ , બી ગ્રુપ અને એ બી ગ્રુપ નાં વિદ્યાર્થીઓ માટે ઉચ્ચ અભ્યાસ માટે ઘણી તક છે. બી ગ્રુપ માટે મેડીકલ, ડેન્ટલ, ફીઝિયોથેરાપી, આયુર્વેદ, હોમિયોપેથી, નર્સિંગ, ડીગ્રી, ઓક્યુપેશનલ થેરાપી, ઓપ્ટોમેટ્રી, નેચરોપથી, ઓથૌટિક્સ એન્ડ પ્રોસ્થેટિક્સ, બી ફાર્મ કરી શકાય છે. જ્યારે એ ગ્રુપ ના વિદ્યાર્થીઓ એન્જિનીયરિંગ (ડીગ્રી), ઈલેકટ્રોનિક્સ એન્ડ કોમ્યુનિકેશન, કમ્પ્યુટર સાયન્સ, ઈન્ફર્મેશન ટેકનોલોજિ, ઈન્સ્ટ્રુમેન્ટેશન એન્ડ કન્ટ્રોલ, બાયો ટેકનોલોજિ, બાયો મેડીકલ, મિકેનિકલ, કેમિકલ, ઈલેકટ્રીકલ, ડેરી ટેક્નોલોજિ અને કૃષી

ટેક્નોલોજિ ઓટોમોબાઇલ, સિવિલ, આર્કિટેક્ટ ટેક્સટાઇલ, ફેશન ડીઝાઇન, બી.ફાર્મ અને ડી.ફાર્મ કરી શકે છે. એ અને બી ગ્રુપ ના વિદ્યાર્થીઓ ફાર્મસીનોઅભ્યાસક્રમકરીશકેછે. બી ગ્રુપ ના વિદ્યાર્થીઓ માટે MBBS (મેડીકલ), BDS (ડેન્ટલ), બેચલર ઓફ ફાર્મસી, આયુર્વેદ, ફીઝિયોથેરાપી, નર્સિંગ બી.એસસી. જેવા અભ્યાસક્રમો છે.

ઉપરાંત રુચિ પ્રમાણે તથા પરિવારના વ્યવસાય મુજબ પણ અન્ય અભ્યાસક્રમોનીપસંદગીકરીશકાયછે. .ધો. ૧૨ સાયન્સ ઉપરાંત સામાન્ય પ્રવાહના વિદ્યાર્થીઓ માટે પણ ચાર્ટર્ડ એકાઉન્ટન્ટ એમબીએ જેવા ઉચ્ચ અભ્યાસ કરવાની પૂરી તક છે. ધો. ૧૨ કોમર્સ પાસ થનારા વિદ્યાર્થી રાજ્યની યુનિવર્સિટીઓ સાથે સંલગ્ન કોલેજોમાં બી.કોમ. કરી શકે છે.

ત્યાર બાદ એમ.કોમ., એમ.બી.એ. કે એમ.સી.એ. પણ કરી શકાય છે. કોમર્સના મુખ્ય વિષયોમાં કોસ્ટ એકાઉન્ટીંગ, સ્ટેટીસ્ટિક, બિઝનેસ મેનેજમેન્ટ, બેન્કિંગ, એકાઉન્ટન્સી અને ઈન્ડસ્ટ્રીઝ એન્ડ લેબરનો સમાવેશ થાય છે. ઝડપથી વિકાસ પામી રહેલા આજના સમયમાં સીએનો અભ્યાસ ખૂબ જ મોભાદાર અને મહત્વનો ગણવામાં આવે છે. સી.એ.ની પરીક્ષા ઈન્સ્ટીટયૂટ ઓફ ચાર્ટર્ડ એકાઉન્ટન્ટ, દિલ્હી દ્વારા લેવાય છે.

ધો. ૧૨ પાસ કર્યા બાદ સાયન્સ, કોમર્સ કે આર્ટ્સમાં સ્નાતક થયા બાદ જીપીએસસી, યુપીએસસી, બેંકિંગ અને ઈન્સ્યોરન્સ કે રેલવેમાં સ્પર્ધાત્મક પરીક્ષા આપીને પણ કારકિર્દી ઘડી શકાય છે. વિવિધ પ્રકારનાં ઉદ્યોગોને પ્રગતિકારક બનાવવા માટે મેનેજમેન્ટ કૌશલ્ય ધરાવતા સંચાલકોની જરૂર હોય છે. આવા કુશળ મેનેજમેન્ટવાળા ઉમેદવારો તૈયાર કરવા માટે બેચલર ઓફ બિઝનેસ એડમિનિસ્ટ્રેશન (બી.બી.એ.) અને માસ્ટર ઓફ બિઝનેસ એડમિનિસ્ટ્રેશન (એમબીએ)ના અભ્યાસક્રમો ઉપલબ્ધ છે... ધો. ૧૨માં ઓછામાં ઓછા ૫૦ ટકા ગુણ આવે તો કમ્પ્યૂટરનાં અભ્યાસક્રમો બીસીએ અને પછી એમસીએ કરી શકાય છે.

ધો. ૧૨ના પરિણામો જાહેર થયા પછી યુનિવર્સિટી દ્વારા અપાતી જાહેરાત મુજબ કાર્યવાહી કરીને પ્રવેશ મેળવી શકાય છે. મેરિટને આધારે પ્રવેશ અપાય છે. ઉપરાંત વેબ ટેકનોલોજિ ક્ષેત્રે પણ સુંદર તક

છે. ટેકનોલોજીના ફિલ્ડમાં થનારી નવી પ્રવૃત્તિઓમાં સ્પેશ્યલાઇઝેશન હાંસલ કરાય તથા પોતાનાબેકગ્રાઉન્ડનેવધુમજબુતબનાવીશકાયછે.

સ્નાતકો અને ફાઈન આર્ટ્સના વિદ્યાર્થીઓ માટે મલ્ટી મીડિયા અને એનિમેશન ટેકનોલોજીમાં આગળ વધવાનો પણ વિકલ્પ છે. માસ્ટર ઈન ઈ-કોમર્સ બેચલર ડીગ્રી પછી બે વર્ષનો પોસ્ટ ગ્રેજ્યુએટ કોર્સ છે. વર્તમાન સમયને આર્થિક વૈશ્વિકરણના યુગ તરીકે જોવામાં આવે છે. વિશ્વના બધા દેશમાં ઔદ્યોગિકરણ વધ્યું છે. ઉત્પાદનોમાં અનેકગણો વધારો થયો છે.સ્થાનિક સ્તરથી માંડીને આંતરરાષ્ટ્રીય સ્તરે આર્થિક પરિબળોના યોગ્ય વિશ્લેષ દ્વારા જ સાચા નિર્ણયો લઇ શકાય છે.

આથી અભ્યાસકના માળખામાં અર્થશાસ્ત્રનીજાણકારીઆવશ્યકબનીજાયછે. ગુજરાતમાં જૂદા જૂદા શહેરોમાં અર્થશાસ્ત્ર ક્ષેત્રે વિવિધ અભ્યાસક્રમો ઉપલબ્ધ છે. બહેનો માટે હોમ સાયન્સ , ઇન્ટિરિયર ડિઝાઇનનો ચાર વર્ષનો અભ્યાસક્રમ વ્યાપક બન્યો છે. ધો. ૧૨ સાયન્સ-કોમર્સ આટ્સ, પછીના મુખ્ય અભ્યાસક્રમો મા બી.કોમ. એમ.કોમ. એમ.બી.એ એમ.સી.એ. એમ જે એસ બી.એ. એમ.એ,પી એચડી બી સી જે પી, એમ જે એસ બીબીએ, બીસીએ,બીએચચએમ, બીએસસી,બીએડ,માધ્યમિકશિક્ષકપીટીસી-સીપી એડ, પ્રાથમિક શિક્ષક યુજીસી દ્વારા ૧૯૯૫ની ગુજરાતની ઘણી કોલેજોમાં વ્યવસાયલક્ષી અભ્યાસ શરૂ થયા છે.

એક વર્ષ માટે સટીફિકેટ, બે વર્ષ માટે ડિપ્લોમા તથા ત્રણ વર્ષ અભ્યાસ કરવાથી એડવાન્સ ડિપ્લામા વિદ્યાર્થીઓને એનાયત થાય છે. જેમાં કમ્યુનિકેટીવ ઈંગ્લિશ, કમ્પ્યૂટર એપ્લીકેશન, કાર્યાલય વ્યવસ્થા, એડવર્ટાઈઝીંગ, સેલ્સ પ્રમોશન એન્ડ સેલ્સ મેનેજમેન્ટ, સેક્રેટરીયલ પ્રેક્ટિસ, જેમોલોજી, ફોરેન ટ્રેડ પ્રેક્ટિસ એન્ડ પ્રોસીજર, ટેક્સ પ્રોસીજર એન્ડ પ્રેક્ટિસ, બાયોટેકનોલોજી, ઈન્ડસ્ટ્રીયલ કેમેસ્ટ્રી, ઈન્ડસ્ટ્રીયલ માઇક્રોબાયોલોજી, ફૂડ સાયન્સ, મોબાઇલ રીપેરીંગ, ડેટા કેર મેનેજમેન્ટ, ઈલેક્ટ્રોનિક્સ મરામત, બાયો ઈન્ફર્મેટીવ અને ગ્રામ ટેકનોલોજીનો સમાવેશ થાય છે.

આમ આપણી પાસે વિપુલ તકો હોય છે પણ જરુર છે માત્ર તેને ઓળખવાની અને સમજવાની , જરુર છે .ઘેટા ના ટોળા ના બનો અને સિંહ ની જેમ એક જ રસ્તો પસંદ કરી તો જરુર તમે સફળ માણસ અને

યોગ્ય કારકિર્દી તરફ જીવન મા આગળ વધસો તેવુ મારુ માનવુ છે.

4
સખત ગરમીને લીધે પ્રવાહી અને પાણી લેવાની ઈચ્છા વિશેષ થાય છે

સખત ગરમીને લીધે પ્રવાહી અને પાણી લેવાની ઈચ્છા વિશેષ થાય છે. જેથી જઠરાગ્નિ મંદ થાય છે અને પાચનને લગતા રોગો પણ થવાની શક્યતા વધે છે.આયુર્વેદમાં સાજા કેમ રહેવું એ વિષે એક વિભાગ આપવામાં આવેલ છે.

સ્વસ્થસ્ય સ્વાસ્થ્ય રક્ષા અંગેનું જ્ઞાન આ વિભાગમાં આપેલ છે. આ વિભાગમાં અતિ ઉપયોગી એક શ્લોક છે. "નિત્યંહિતા:હારવિહારસેવીસમીક્ષ્યકારીવિષયેષુઅસક્તદાતા, સમ:સત્યપર:ક્ષમાવાનઆપ્તોપસેવીયવેત્યરોગ"

હંમેશા પથ્ય આહારવિહારનું સેવન કરનાર, જોઇ વિચારી કામ કરનાર, ઇંદ્રિયોનાં વિષયોમાં આસક્તિ ન રાખનાર, દાન કરનાર, સર્વ તરફ સમભાવ રાખનાર, સત્યનિષ્ઠ અને આપ્તજનની સેવા કરનાર મનુષ્ય નીરોગી રહે છે. આજે પણ એટલો જ ઉપયોગી આ શ્લોક મહર્ષિ વાગ્ભટનાં સૂત્રસ્થાનમાંથી લેવામાં આવેલ છે.

આ ગ્રીષ્મ ઋતુમાં કાળજી લઇ શાસ્ત્રનો ઉપદેશ યાદ રાખી વર્તવામાં આવે તો જરૂર ગ્રીષ્મની કારમી ગરમીમાં પણ તંદુરસ્ત રહી શકાય. સૌ પ્રથમ વિહાર પર પ્રતિબંધ મૂકવામાં આવ્યો છે.

સૂર્યનો તાપ તીક્ષ્ણ હોય ત્યારે બહાર નીકળવું નહીં અને નીકળવું પડે તો પાઘડી, ટોપી કે છત્રી જેવા સાધનથી માથા અને શરીરનું રક્ષણ કરવું. ઘરમાં ખસ અને સુખડની ટટ્ટીઓ બાંધવી અને સગવડ હોય એમણે સૂર્યના કિરણો પ્રવેશી શકે નહિ એવા આંબાવાડીયા બગીચામાં બપોર વિતાવવાની ભલામણ કરી છે.

પંખાની હવા અને એરકંડીશન વાપરી શકાય, પરંતુ કેટલીક વ્યક્તિઓને આ સાધનો અનુકૂળ આવતા નથી અને કફ, શરદી કે માથાનો દુ:ખાવો, સ્નાયુઓનો દુ:ખાવો કરે છે. આવી વ્યક્તિઓએ પંખા નીચે જ બેસવું નહીં કે સૂવું નહીં અને એરકંડીશન મોડરેટ રાખવું અને એની સામે બેસવું નહીં.

આ ઋતુ આનંદથી પસાર કરવા માટે ખોરાકમાં પ્રવાહનું પ્રમાણ વિશેષ રાખવું. ખારા અને તીખા પદાર્થી પ્રમાણસર જ લેવા અથવા ન લેવા. મધુર પદાર્થી, ફળો જેવા કે કેરી, ટેટી, દ્રાક્ષ, સંતરા વિગેરે લઇ શકાય. મહર્ષિ આત્રેયે ગ્રીષ્મઋતુમાં ભેંશનું દૂધ સાકર મેળવી સાંજનાં વાળુંમાં વાપરવા લખ્યું છે.

જો કે શાસ્ત્રે દૂધમાં ઉત્તમ ગાયના દૂધને ગણ્યું છે પણ ગ્રીષ્મની ગરમીમાં ભેંશનું દૂધ વધારે સારૂ માનવામાં આવ્યું છે. આ ઉપરાંત ખસનું શરબત, સુગંધીવાળા યુક્ત જળ, ગુલાબનું શરબત, તકમરીયાનું શરબત ઉનાળાની અકળામણમાં ઘણી રાહત આપે છે.

આ ઋતુના ઔષધોમાં ચંદનાદિ, ચૂર્ણ, ચંદનાદિવટી લઇ શકાય, શતાવરી ચૂર્ણ, યષ્ટીમધુ ચૂર્ણ, બ્રાહ્મી ચૂર્ણ અને શંખપુષ્પી ચૂર્ણ સરખે ભાગે મેળવી સવાર સાંજ દૂધ સાથે લઇ શકાય.

ગુલકંદ, આમળાનો મુરબ્બો વગેરે પિત્તવાતશામક અવલેહ લઇ શકાય. આયુર્વેદ શાસ્ત્રમાં ઋતુચર્યા, દિનચર્યા, રાત્રિચર્યા અને પ્રકૃતિ વિષે સુંદર વર્ણન કરવામાં આવ્યું છે.

કઇ પ્રકૃતિની વ્યક્તિએ કઇ ઋતુમાં કેમ વર્તવું એની વૈજ્ઞાનિક ચર્ચા કરી આહારવિહારની સુંદર ગોઠવણ કરી છે. ગ્રીષ્મઋતુમાં પથ્ય આહારવિહાર લેવામાં ન આવે તો તાવ, ઝાડા, ઉલ્ટી, માથાનો

દુ:ખાવો, રક્તશ્રાવજન્ય રોગો થવાની પૂરી શક્યતાઓ રહે છે. આ સર્વેમાં મંદાગ્નિને સામાન્ય રીતે આ ઋતુમાં થતો રોગ ગણવામાં આવ્યો છે.

આયુર્વેદમાં અગ્નિને ખૂબ જ મહત્વ આપવામાં આવ્યું છે.જીવનનો આધાર જઠરાગ્નિને માનવામાં આવેલ છે. આયુર્વેદમાં સર્વ રોગનું મૂળ મંદાગ્નિ પણ ગણવામાં આવે છે. કહ્યું છે કે, સર્વે પિ રોગા: મંન્દેગ્નિ. આ ઋતુમાં સૂર્ય ઉત્તરાયણનો હોવાથી સૂર્યના તીક્ષ્ણ કિરણો સીધા પૃથ્વી પર પડે છે.

જેથી પ્રાણી માત્રમાં સ્નેહ તત્વ ઓછું થાય છે અને પિત્ત અને વાયુનું પ્રમાણ વધે છે. જેથી બળ ઓછું થાય છે. સખત ગરમીને લીધે પ્રવાહી અને પાણી લેવાની ઈચ્છ વિશેષ થાય છે. જેથી જઠરાગ્નિ મંદ થાય છે અને પાચનને લગતા રોગો પણ થવાની શક્યતા વધે છે.

અમ્લપિત્ત, ગેસ ઉદરશૂલ, કબજિયાત વગેરે પાચનતંત્રને લગતા રોગો ઉત્પન્ન થવાની શક્યતા વધે છે.આપણે ત્યાં ઉનાળામાં થતાં સમારંભો અને અન્ય કાર્યક્રમોમાં ઋતુને લક્ષમાં રાખી મેનું ગોઠવવામાં આવે તો રોગોમાં થતો વધારો રોકી શકાય.

જ્યા દાક્તરિ સલાહ નિ જરુર હોય ત્યા દાક્તરિ સલાહ ને અવગણસો નહિ.

5

સફેદ વાળની સમસ્યામાંથી મળશે કાયમી છુટકારો

આજના સમયમાં ખાન-પાન અને દિનચર્યાની અનિયમિતતાને કારણે વાળ ખરવા તે સામાન્ય બાબત બન ગઈ છે. જો વાળ લગાતાર ખરી રહ્યા હોય કે સમય પહેલાં જ ખરી રહ્યા હોય તો તે ચિંતાનો વિષય છે.

જો તમે પણ વાળ ખરવાની આ સમસ્યાથી પરેશાન હોવ તો અહીં કેટલાક નુસખા બતાવ્યા છે. આ નુસખાને અપનાવવાથી તમારા વાળની ઉંમર વધી જશે અને સફેદ વાળ પણ કાળા થઈ જશે.

વાળની આ સમસ્યાને દૂર કરવા માટે ડુંગળીના અહીં બતાવેલ નસુખા ઘણા કારગર છે. જોકે, ડુંગળીને વાળ ઉપર અનેક પ્રકારે લગાવી શકાય છે. સાથે જ ટામેટા, આંમળા, તલનું તેલ વગેરે પણ ખૂબ જ કારગર ઉપાય માનવામાં આવ્યા છે. આજે અમે તમને આ નુસખાઓને વાળ પર કઇ-કઇ રીતે ઉપયોગ કરી શકાય છે

ડુંગળી વાળને ખરતા અટકાવે છે, કારણ કે, ડુંગળીમાં વધારે માત્રામાં સલ્ફર મળી આવે છે. આ જ કારણ છે કે, ડુંગળીનો રસ વાળમાં લગાવવાથી તેમાં મળી આવતું સલ્ફર લોહીનું પરિભ્રમણ વધારે છે

ડુંગળીનો રસ સ્કેલ્પ ઇન્ફેક્શનને ખતમ કરે છે. સાથે જ, વાળને મજબૂત બનાવે છે. ડુંગળીને મિક્સરમાં થોડું પાણી નાખીને પીસી લેવી. ત્યાર પછી તેના રસને ગાળી લેવો. આ રસને તેલની જેમ જ આંગળીના ટેરવા વડે વાળની જડમાં લગાવવું. આ ઉપાય સપ્તાહમાં ત્રણ વાર કરવો.

ડુંગળીના રસમાં થોડું મધ મિક્સ કરવું. આ મિશ્રણને વાળની જડમાં લગાવવો. વાળ ખરવાની સમસ્યાનો અંત આવશે. એક ડુંગળી કાપીને રમ ભરેલાં ગ્લાસમાં નાખવી. આખી રાત તેને ગ્લાસમાં ડુબાળેલી જ રાખવી.

બીજા દિવસે રમને ગાળી લેવી. ડુંગળીના ટુકડા અલગ થઇ જશે. આ રમથી વાળને મસાજ કરવો. સપ્તાહમાં બે વાર આ ઉપાય કરવાથી વાળ ખરતાં અટકી જાય છે.

ડુંગળીનો રસ કાઢીને તેને ગરમ કરો અને ઠંડો પડ્યા પછી વાળના મૂળમાં લગાવો. તે પહેલાં ગરમ પાણીમાં ભીંજવેલ રૂમાલથી વાળને થોડીવાર ઢાંકી દો.

ત્યારબાદ ડુંગળીનો રસ લગાવો. થોડીવાર પછી વાળને સામાન્ય શેમ્પુથી ધોઈ નાખો. નિયમિત રીતે એમ કરો. ડુંગળીનો રસ ગમર કરવાથી તેની દુર્ગંધ દૂર થઈ જાય છે.

જો તમે દરરોજ નહાતા પહેલા ટામેટાનું પેસ્ટ બનાવીને વાળના મૂળમાં લગાવશો તો ખોડાની સમસ્યા દૂર થઈ જશે.

આ નુસખાથી વાળને મજબૂતી મળે છે અને વાળ ખરવાનું પણ બંધ થઈ જાય છે. વાળમાં ટામેટા લગાવ્યા પછી થોડીવાર રહેવા દો અને પછી વાળને કોઈ સારા શેમ્પુથી ધોઈ લો.

ખોડો જશે અને વાળ મજબૂત બનશે. આમળાના ચૂર્ણને દહીંમાં મેળવો અને પેસ્ટ બનાવી લો. ત્યારબાદ આ પેસ્ટને હળવા હાથોથી વાળની જડમાં લગાવો.

થોડીવાર એમ જ રહેવા દો અને પછી વાળને ધોઈ લો. એમ નિયમિત રીતે કરવાથી વાળની સમસ્યા દૂર થઈ જાય છે. જો તમે નિયમિત રીતે તલના તેલથી માલિશ કરશો તો તમારા વાળ ખરવાનું બંધ થઈ જશે અનેવાળની સફેદી પણ દૂર થઈ જશે.

તલના તેલમાં ગાયના દૂધથી બનેલ ધી અને અમરવેલના ચૂર્ણને મેળવીને લગાવશો તો ખૂબ જ ઝડપથી લાભ પ્રાપ્ત થશે. આ નુસખાને રાતે સૂતા પહેલા અપનાવવો જોઈએ.

જો આપણે દરરોજ કોઈ સારા તેલથી વાળનો મસાજ કરીએ તો આ નુસખા વાળની ઉંમર વધારવામાં ઘણો ફાયદો પહોંચાડે છે. માથાની મસાજ કરતા રહેવાથી રક્ત સંચાર વ્યવસ્થિત થઈ જાય છે અને વાળઓ છીત્રો પણ સક્રિય થઈ જાય છે.

જેનાથી વાળનું સ્વાસ્થ સુધરી જાય છે. સામાન્ય રીતે લોકો સફેદ વાળ જોઈને ઘરબાઈ જાય છે અને તેને ખેંચી નાખે છે. એમ ન કરવું જોઈએ, કારમ કે સફેદવાળ ઉખેડવાથી વધુ સફેદવાળ આવવાનું શરૂ થઈ જાય ચે. સફેદ વાળ ઉખેડવા કરતા સારું છે કે કાતરથી વાળ કાપીને દેવા જોઈએ.

તેની સાથે જ અહીં આપેલ નુસખા પણ અપનાવી જુઓ. આ નુસખાથી સફેદવાળની સમસ્યાથી મુક્તિ મળી જશે. પેટ સાથે જોડાયેલી સમસ્યાઓને કારણે પણ વાળ સફેદ અને નબળા થઈ જાય છે.

જો તમે કબજિયાત અને અપચાની સમસ્યા રહેતી હોય તો આ બીમારીને સારી કરવા માટે ત્રિફળા ચૂર્ણનું નિયમિત રીતે સેવન કરો. એમ કરવાથી પેટ સાથે જોડાયેલી સમસ્યાઓ સારી થઈ જશે.

પેટ સારું રહેશે તો અહીં આપવામાં આપેલ નસુખાન યોગ્ય ઉપચાર થઈ શકશે.

દાક્તરિ સલાહ નિ જરુર હોય ત્યા દાક્તરિ સલાહ ને અવગણસો નહિ.

6

તમારું પાચનતંત્ર ક્યારેય નહીં બગડે, પેટને સ્વસ્થ રાખવા અપનાવો ટોનિક

પાંચન તંત્ર આપણાં શરીરની અંદરનું મહત્ત્વપૂર્ણ અંગ છે. તે આપણાં ભોજનને પચવામાં મદદ કરે છે તથા તેમાંથી મળતા પૌષ્ટિક તત્વો શરીરને શક્તિ પ્રદાન કરે છે.

આ જ સાર તત્વ આપણને બધા જ કામ કરવામાં મદદ કરે છે. આ માટે જ પાચન તંત્રનું હમેશાં ઠીક રહેવું ખૂબ જ જરૂરી છે. સવારે સરખી રીતે પેટનું સાફ થવું, સ્વસ્થ હોવાની સૌથી મોટી નિશાની છે.

પરંતુ ખાન-પાનમાં અનિયમિતતા, ભાગદોડ ભર્યું જીવન અને તેનાથી જન્મ લેતો તણાવ, દરેક સવારે મોશનમાં સમસ્યા પેદા કરે છે. કબજ્યાતથી માત્ર વૃદ્ધ લોકો જ નહીં પરંતુ યુવાન લોકો પણ પરેશાન રહે છે.

ઊંઘ પૂર્ણ ન થવી, તણાવ- ભય- ચિંતા અથવા શોક વગેરેથી ભાવનાત્મક તણાવ જન્મ લે છે. નશીલી દવાઓ અને સ્મોકિંગ પણ કબજ્યાતનું કારણ બને છે.

ગરમ પાણીઃ- ભોજન પચવામાં પરેશાની થઇ રહી હોય તો ગરમ પાણીનું સેવન કરવું જોઇએ. સવારે ગરમ પાણી પીવાથી અને ભોજન પહેલાં લગભગ 30 મિનિટ પહેલાં પાણી પીવાથી પાચન તંત્ર સાફ રહે છે.

ભોજન યોગ્ય રીતે કરવું- ભોજન કર્યા પછી અપચાની પરેશાનીથી બચવા માટે ભોજનની યોગ્ય રીતને અપનાવવી ખૂબ જ જરૂરી છે. ભોજન પહેલાં ફળનું સેવન કરવું અને ત્યાર પછી યોગ્ય આહારનું સેવન કરવું.

જો આ રીતને તમે અપનાવશો તો તમે વધારે ભોજન કરી શકશો અને પાંચન ક્રિયાની સમસ્યાઓનો પણ અંત આવશે.હમેશાં શાંતિથી બેસીને ભોજન કરવું- તમે કેવી રીતે ભોજન કરી રહ્યા છો.

તેનાથી પણ તમારા પાંચન પર અસર પડે છે. આ માટે હમેશાં આરામથી અને ઘરના સભ્યોની સાથે બેસીને જ ભોજન કરવું જોઇએ. ટીવી જોવાની સાથે ક્યારેય ભોજન કરવું નહીં. યોગ્ય રીતે ભોજન કરવાથી આપણું પાચનતંત્ર હમેશાં સારું રહે છે.

વધારે માત્રામાં પાણીનું સેવન કરવું- આ ઉપાય પણ પાચનક્રિયાની પરેશાની માટે સૌથી સારો માનવામાં આવે છે. રોજ 8-10 ગ્લાસ પાણીનું સેવન કરવાથી પણ કબજિયાતની પરેશાનીમાં રાહત મળે છે અને મળ પણ સાફ થઇ જાય છે

.લીંબૂ પાણીનું સેવન કરવું- જો તમારે સવારે ગરમ પાણીનું સેવન કરવું પસંદ નથી, તો એક ગ્લાસમાં લીંબૂનો રસ કાઢી લેવો અને તેનું સેવન કરવું. જેનાથી તમારા પેટમાં બની રહેલો એસિડ ઓછો થઇ જશે અને તમારું પેટ સાફ થઇ જશે.

માલિશ કરવીઃ- સવારે ઉઠીને કસરત અથવા માલિશ કરવી. આ ઉપાય કરવાથી પાચનતંત્રમાં લાંબા સમય સુધી સુધાર આવી જશે. થોડા સારા તેલનો ઉપયોગ કરીને તેને પેટ પર માલિશ કરવી જોઇએ.

ભોજનને સરખી રીતે ચાવીને ખાવું- ભોજન કરવાની સૌથી શ્રેષ્ઠ રીતે છે નાના ટૂકડા અને સરખી રીતે ચાવીને ભોજન કરવું. જેનાથી તમારા મુખમાં કાર્બોહાઇડ્રેટ બનશે જેનાથી એમાઇલેઝ જન્મ લેશે અને તેનાથી તમારું પાંચનતંત્ર સારું બનશે.

ફાઇબર સાથે મિત્રતા:- ચેરી, દ્રાક્ષ, સાબૂત અનાજ અને બદામ જેવા ફાઇબર યુક્ત ખાદ્ય પદાર્થીને પોતાના ભોજનમાં સામેલ કરવાં. આ ખાદ્ય પદાર્થીને પોતાના ભોજનમાં દરરોજ સામેલ કરવાથી તમારા પાચનતંત્રમાં સુધાર આવી જશે.ચરબીયુક્ત ખાદ્ય પદાર્થીનું સેવન કરવાથી બચવું-

ચરબીયુક્ત ખાદ્ય પદાર્થી કબજિયાત અને અન્ય પાચન સમસ્યાઓને પેદા કરે છે. કારણ કે, વસાયુક્ત ખાદ્ય પદાર્થીને પચવા માટે ઘણો સમય લાગે છે. ચરબીવાળું ભોજન કરવાનું ક્યારેય સંપૂર્ણ બંધ ન કરવું કારણ કે, ચરબી પણ તમારા શરીર માટે તેટલી જ જરૂરી છે.

આ માટે ચરબીવાળા ભોજનને સંતુલિત આહારની સાથે જ તેનું સેવન કરવું. વિટામિન સીથી ભરપૂર ખાદ્ય પદાર્થીનું સેવન કરવું.

બ્રોકોલી, ટામેટા, કીવી ફળ અને સ્ટ્રોબેરી જેવા વિટામિન સીથી ભરપૂર ખાદ્ય પદાર્થીનું સેવન તમારે દરરોજ કરવું જોઇએ. મોટાભાગના રંગીન ફળ અને શાકભાજીનું સેવન કરવાથી મળ યોગ્ય રીતે સાફ થાય છે.તમારા આહારમાં મસાલાઓ મિક્સ કરવાં-

આદું, મરી, સીંધાલુણ મીઠું અથવા ધાણા જેવા વિવિધ મસાલા મિક્સ કરીને તમારા ભોજનનો સ્વાદ વધારવો. આ બધા જ મસાલાઓ માત્ર તમારા ભોજનને સ્વાદ આપવાનું કાર્ય જ નથી કરતાં પરંતુ તમારા પાચનતંત્રને પણ યોગ્ય બનાવે છે.

સમય પર ભોજન કરવું-સારા પાચનતંત્ર માટે રોજ એક જ સમયે ભોજન કરવું જોઇએ. સમય પર ભોજન કરવાથી પાચન તંત્ર પર સારી અસર પડે છે અને એસિડ પણ નથી બનતું.

સ્વસ્થ વજન બનાવી રાખવું- મોટાપા અથવા વધારે વજન હોવાથી હાર્ટબર્ન અને ગેસ જેવી પાચન સમસ્યાઓ પેદા થાય છે. જેની માટે પોતાના ડોક્ટરને મળીને વજન ઓછું કરવાની સલાહ લેવી.

ચરબી વિનાનું માંસનું સેવન:- જે લોકોને નોન વેજ ખૂબ જ વધારે પસંદ હોય છે તેવા લોકોએ ઓછી ચરબીવાળા માંસનું જ સેવન કરવું જોઇએ. કારણ કે, પચવામાં સૌથી વધારે સમય માંસને લાગે છે.

શૌચાલય જવું- તમે શૌચાવય જવાનું વિચારી રહ્યા છો તો તરત જ જવું કારણ કે, મળમૂત્રને રોકી રાખવામાં પરેશાની થઇ શકે છે અને

આવું કરવાથી પેટના દુખાવો પણ થઇ શકે છે.

આ માટે જ્યારે પણ તમે શૌચાલય જવાનું વિચારી રહ્યા હોવ તો તરત જ જવું. નિયમિત રૂપથી કસરત કરવી- દરરોજ કસરત કરવાથી પાચન ખૂબ જ સારું રહે છે. રોજ કસરત કરવાથી તમારું મેટાબોલિઝમ સારું રહે છે અને તમારા લોહીમાં સુધાર આવે છે.

સીમાની બહાર જઇને ભોજન કરવાથી પાચનમાં પરેશાન ઉભી થાય છે. આ માટે હમેશાં ઓછું ભોજન કરવું જોઇએ.તણાવ ઓછો કરવોઃ- સતત પાચન સમસ્યાઓનું મુખ્ય કારણ તણાવ થઇ શકે છે.

તણાવ તમારા પાચનતંત્ર પણ ખૂબ જ ખરાબ અસર કરે છે. આ માટે, આલોમ વિલોમ અને મેડિટેશન જેવી કસરત કરવાથી તણાવને નિયંત્રિત કરી શકાય છે.

પ્રોબાયોટિક્સઃ- રોજ એક વાટકી લો ફેટ દહીંનું સેવન કરવું જોઇએ. દહીંમાં પ્રોબાયોટિક્સ મળી આવે છે જે તમારા પાચન તંત્રને સારું બનાવે છે. મોડી રાત્રે ભોજન કરવાથી બચવું-

આપણું પાચન તંત્ર સાંજે ધીમુ થઇ જાય છે. જેનાથી આપણા પેટમાં પાચન રસાયણ બનવા લાગે છે આ માટે મોટી રાત્રે ભોજન કરવાથી આપણું પાચનતંત્ર બગડવા લાગે છે.

દાક્તરિ સલાહ નિ જરુર હોય ત્યા દાક્તરિ સલાહ ને અવગણસો નહિ.

7

સાઇનસથી છૂટકારો મેળવવા અપનાવો નુસ્ખાઓ

આપણાં ચહેરા ઉપર નાકની આજુબાજુમાં અમુક છિદ્રો હોય છે, જેને સાઇનસ કહેવામાં આવે છે. તેના સંક્રમણને સાઇનોસાઇટિસ અથવા સાઇનસ જ કહેવામાં આવે છે.

જ્યારે સાઇનસનું સંક્રમણ થાય છે ત્યારે તેના લક્ષણો આંખ અને માથા ઉપર મહેસુસ થાય છે. માથાનો દુખાવો આગળ ઝુકવા પર અથવા સુવા પર વધી જાય છે.

ચહેરા ઉપર દુખાવાનો અહેસાસ, સાઇનસમાં દબાણ તથા દુખાવો મહેસુસ થવો, નાક બંધ થઈ ગયાનો અહેસાસ, કફ, ગળામાં ખરાશ, માથાનો દુખાવો અને ક્યારેક ક્યારેક તાવ પણ સાઇનસ માટે કરવામાં આવતા સૌથી સામાન્ય ઉપચારમાં ઓપરેશન છે, પરંતુ મોટાભાગના કિસ્સાઓમાં આ સફળ નથી થતા. સાઇનસ સંક્રમણને દૂર કરવાના ખાસ નુસ્ખાઓ જાણીએ

એક ચમચી મેથીના દાણાને એક કપ પાણીમાં પાંચ મિનિટ સુધી ઉકાળો. પછી આ પાણીને ગાળીને પીવો. ફાયદો થશે.

અડધા કપ પાણીમાં અમુક ટીપાં યુકેલિપ્સ તેલના નાખો. આ પાણીને ઢાંકીને ઉકાળો. પછી નાસ લો. આ સાઇનસના દુખાવામાં તરત આરામ આપનારો નુસ્ખો છે.

જ્યારે સાઇનસની સમસ્યા વધુ પરેશાન કરવા લાગે ત્યારે સરગવાના સૂપમાં લસણ, ડુંગળી, મરી અને આદું નાખી સૂપ તૈયાર કરી લો. આ સૂપને ગરમ ગરમ પીવાથી ખૂબ લાભ મળે છે.

ડુંગળીનો રસ નાકમાં નાખવાથી સાઇનસના દુખાવામાં તરત આરામ મળે છે.

કમળકાકડી, આદું અને લોટ મિક્સ કરી લેપ બનાવો. આ લેપને રાતના સૂતા પહેલા નાક તથા માથા ઉપર લગાવો. સવારે તેને ગરમ પાણીથી ધોઈ લો.

દરરોજ કાચા લસણની એક કળી ખાવાથી પણ સાઇસ ઇન્ફેક્શનમાં આરામ મળે છે.

દરરોજ સવારે નિયમિતપણે મધ જરુર ખાવું. તેનાથી સાઇનસમાં થતી પરેશાનીઓમાં આરામ મળશે.

એક કપ પાણી હુંફાળું ગરમ કરી લો. આ પાણીમાં આદુંને ઝીણું સમારીને નાખો. થોડી વાર પછી ગાળીને ધીમે-ધીમે આ પાણીને પીવો. આરામ મળશે.

એક કપ હુંફાળાં ગરમ પાણીમાં એક ચમચી મધ અને સહેજ મીઠું નાખો. આ મિશ્રણના બે ટીપાં ડ્રાપરની મદદથી નાકમાં નાખો. તેનાથી સાઇનસમાં આરામ મળશે.

એક લસણ અને એક ડુંગળીને એક સાથે પાણીમાં ઉકાળી તેનો નાસ લેવાથી માથાના દુખાવામાં લાભ થાય છે.

ગરમ કપડાં અથવા ગરમ પાણીની બોતલ ગાલ ઉપર રાખીને સેક કરો. આ નુસ્ખાથી સાઇનસના દર્દીઓને ખૂબ લાભ મળે છે.

જ્યા દાક્તરિ સલાહ નિ જરુર હોય ત્યા દાક્તરિ સલાહ ને અવગણસો નહિ.

www.ingramcontent.com/pod-product-compliance
Lightning Source LLC
Chambersburg PA
CBHW031250130726
47988CB00008B/3319